தேம்ஸ் நதிக்கரையில் தொலைந்து போனவர்கள்

க.தூயவன்

டிஸ்கவரி பப்ளிகேஷன்ஸ்
எண்: 9, பிளாட் எண்: 1080A, ரோஹிணி பிளாட்ஸ்
முனுசாமி சாலை, கே.கே.நகர் மேற்கு,
சென்னை – 600 078. பேச: 99404 46650

தேம்ஸ் நதிக்கரையில் தொலைந்து போனவர்கள் (கவிதை),
ஆசிரியர்: க.தூயவன்©

Print in India
1st Edition: Oct - 2023
ISBN: 978-93-95285-85-8
Pages - 143
Rs - 160

Publisher • Sales Rights

Discovery Publications
No: 9, Plot:1080A, Rohini Flats,
Munusamy Salai,
K.K.Nagar West,
Chennai - 78.
Tamilnadu, India.
Mobile: +91 99404 46650

Discovery Book Palace (P) Ltd
No:1055-B, Munusamy Salai,
K.K.Nagar West,
Chennai - 600 078.
Tamilnadu, India.
Ph: (044) 4855 7525
Mobile: +91 87545 07070

discoverybookpalace@gmail.com
WWW.DISCOVERYBOOKPALACE.COM

இந்த நூலில் பிரசுரமாகியுள்ள எந்த ஒரு பகுதியையும் பதிப்பாளரின் எழுத்துபூர்வமான முன்அனுமதி பெறாமல் எடுத்தாள்வதோ, மறுபிரசுரம் செய்வதோ, மொழியாக்கம் செய்வதோ, அச்சு மற்றும் மின்னணு ஊடகங்களில் மறுபதிப்பு செய்வதோ, காப்புரிமைச் சட்டப்படி தடை செய்யப்பட்டுள்ளது. இந்த நூலிலிருந்து குறிப்பிட்ட பகுதிகளை மேற்கோள் காட்டி புத்தக விமர்சனம் செய்ய, ஊடகங்களுக்கு மட்டும் அனுமதி உண்டு.

உங்கள் மொபைல் போனிலிருந்து ஸ்கேன் செய்து டிஸ்கவரி புக் பேலஸின் மொபைல் ஆப்பை டவுன்லோடு செய்து, புத்தகங்களை வாங்குங்கள்.

என்னுரை

சில வருடங்களுக்கு முன்னரே வெளியிட்டிருக்கவேண்டிய தொகுப்பு சற்றே தாமதமாக தற்பொழுது. இங்கிலாந்துக்குப் புலம் பெயர்ந்து பதினைந்து வருடங்களுக்கு மேலாகியும் கவிதையின் அடிவாரத்தில் அமர்ந்து தொடுவானத்தை ரசித்தவனிடம் சிக்கிய சொற்களை இடவலம் மாற்றி ரசித்தவற்றை எழுதி, எழுதிய வற்றை ரசித்து தொகுத்ததே இந்நூல். சிறுநகரம், மாநகரம், வளை குடா, ஐரோப்பா என்று குடிபெயர்ந்திருந்தாலும் கடந்து வந்த பாதைகளிலேயே பதிந்திருக்கிறது எனது எழுத்துகளின் நடை. நதியின் பயணம் போலவே எனது தேடலும். வழிநெடுகிலும் வாசித்தவற்றை நேசித்திருக்கிறேன். வைரமுத்துவின் வைரமொழி, அறிவுமதியின் செம்மொழி, பழநிபாரதியின் காதல்மொழி, பாலகுமாரனின் அனுபவ மொழி, சுஜாதாவின் அறிவியல் மொழி, எஸ். ரா வின் அன்பு மொழி, வண்ணதாசனின் உச்சிமுகரும் வாஞ்சை மொழி, நா.மு வின் நட்பு மொழி என்று எனை நனைத்தவை ஏராளம். எண்பதுகளின் சிறுவர்கள் பால்யமோ, பருவமோ, பள்ளியோ, கல்லூரியோ, சமூகமோ,சினிமாவோ என எதிலெல்லாம் உருண்டு புரண்டார்களோ அது எனக்கும். எவை யெல்லாம் அக்காலத்தில் அவர்களைக் கோபப்டுத்தியதோ, ஆற்றுப் படுத்தியதோ, ஆராவாரமிடச்செய்ததோ, அமைதிகொள்ளச் செய்ததோ, இரகசியம் காக்கச்செய்ததோ அவை அவை எனக் குள்ளும். எதையெல்லாம் பதின்வயதில் ரசித்தோமோ, எதைக் கேட்டு மயங்கினோமோ, எதையெல்லாம் மறைத்தோமோ, எதை யெல்லாம் வெறுத்தோமோ, எதுவெல்லாம் பருவப்பூக்களை மலர்த்தியதோ என நீளும் பட்டியலை இன்னமும் டிரங்க் பெட்டியில் பாதுகாப்பாய் வைத்திருக்கமுடிகிறது. எது உனக்கு சந்தோஷம் தருகிறதோ அதுவே உனக்குச் சூரியன் என்ற தேவதச்சனின் வரிகள் மனத்திற்கு நெருக்கமாய் இருக்கிற இவ் வேளையில் இந்தப் புத்தகத்தின் ஏதோ ஒரு வரி ஏதேனும் ஒரு சொல்லில் நீங்களும் தீண்டடப்பட்டிருந்தால் கவிதை எனும்

வனாந்தரத்தில் என்னைப்போலவே நீங்களும் அலைந்து திரியும் சாபம் உங்களுக்கும் கனியட்டும்.

இதுவரை எழுதியதையும், இப்போது எழுதுவதையும் உற்சாகப் படுத்தும் உறவையும் நட்பையும் எப்போதும் நினைத்திருப்பேன். இந்நூலை வாசிக்கும் உங்களுக்கு நன்றியும் அன்பும்.

- க.தூயவன், சுவிண்டன், யு.கே.

1.	கூடு	11
2.	அந்தி	12
3.	ஊழ்	13
4.	எட்டாத நாள்	14
5.	பிரியாத வரம் வேண்டும்	15
6.	மற(ர)ந்தவை	16
7.	அன்புசூழ்	17
8.	மௌனம்	18
9.	மூப்பு	19
10.	கையொப்பம்	20
11.	கொட்டை பாக்கு	21
12.	நிலம்	22
13.	பூசை	23
14.	செவிமடுக்காதவை	24
15.	ஆற்றாமை	25
16.	தோழி	26
17.	புகார்	27
18.	தொலை	28
19.	காண்	29
20.	பழைமை	30
21.	போர்	31
22.	தீட்சண்யம்	32
23.	விடுதலை	33
24.	பால்யம்	34

25.	தேம்ஸ் நதிக்கரையில் தொலைந்தவர்கள்	35
26.	தாமதம்	36
27.	நிழல்	37
28.	இசை பட வாழ்தல்	38
29.	அகநக நட்பு	39
30.	சில்க் (அ) பட்டு	40
31.	இறகு	41
32.	நஞ்சு	42
33.	அகநக நட்பு	43
34.	இனிப்பு	44
35.	நெஞ்சொடு கிளத்தி	45
36.	விருந்துமேசை	46
37.	தூக்கு	47
38.	இசை பட வாழ்தல்	48
39.	மதப்போராளிகளுக்கு	49
40.	விதிமீறல்	50
41.	ஈரம்	51
42.		52
43.		53
44.	பாரதி	54
45.	வீடுபேறு	55
46.	சைபர் கிரைம்	56
47.	போன்சாய்	57
48.	சில்க் (அபட்டு)	58
49.	பள்ளிச்சூடி	59
50.	வலி	60
51	அகநக நட்பு	61
52.	சுமை	62

53.	மழைப்பெண்	63
54.	சுதந்திரம்	64
55.		65
56.		66
57.	அகநக நட்பு	67
58.	கடல் பார்த்தல்	68
59.	நெடுஞ்சொடு கிளத்தி	69
60.	மாப்ள பெஞ்ச்	70
61.	சல்லாபம்	71
62.	ஆசை	72
63.	ஆயில் பெயிண்டிங்	73
64.		74
65.	வான்தொடுதூரம்	75
68.	அகம்	78
70.	இப்படிக்கு மரம்	80
72.	கண்ணீர்	82
73.	தேநீர்	83
74.	பிரியம்	84
77.	நட்பாய் ஒரு தூறல்	87
78.	நினைவு	88
79.	சுவை	89
82.	அட்சயம்	92
83.	ரணம்	93
84.	முடிவிலி	94
85.	நனைதல்	95
86.	துளி	96
88.	சொப்பனம்	98
89.	பிரிவு	99

90.	சந்தோஷம்	100
91.	ஷாக்	101
93.	காதல்	103
96.	தொடரும்	106
97.	தடம்	107
98.	பரிதிப்பூ	108
99.	மீட்டப்படாத இசை	109
100.	இறுதியாய் ஒரு கதை	110
101.	ஞாபகம்	111
102.	குழல்	112
103.	பேராண்மை	113
107.	காதல் பூ	107
108.	பிரபஞ்சத்தின் நடுவில்	118
111.	பூ வை	121
112.	பிஞ்சு	122
113.	குடி	123
114.	சிறை	124
117.	கனவு	127
118.	கவுச்சி	128
119.	தாகம்	129
122.	கருணை	132
123.		133
124.		134
125.		135
126.		136
127.	காத்திருப்பு	137
130.	மறு இணக்கம் (Reunion)	140

1. கூடு

காற்றில் உதிர்ந்த
பெயர் தெரியாத பறவையின்
பசுஞ்சிறகு சொல்லிவிடுகிறது
கூடுகளின் கதகதப்பை
தாய்மையின் வெளிச்சத்தை
தவற விட்ட பேரன்பை
நட்பின் அண்மையை
பங்காளிகளின் தோழமையை
மறக்க விரும்பும் பகைமையை
காதலின் சுவடுகளை
கண்ணீரின் பிசுபிசுப்பை
பிரிதலின் நிமித்தங்களை
அடைகாத்துவைத்த கனவுகளை
அவிழ்க்க விரும்பாத இரகசியங்களை
ஆசையோடு வளர்த்த செல்ல உயிரியை....
இப்படி தனக்குள்ளாகப்
புதையல்களை மறைத்து வைத்திருக்கும்
புலம் பெயர்ந்த எல்லா மனிதனும்
கூடு தொலைத்த பறவைதானோ!
○

2. அந்தி

பள்ளிக்கு வெளியே
எல்லாமும் பழகுகிறார்கள் குழந்தைகள்
கராத்தே பழகி
நீச்சல் பழகி
கீ போர்டு பழகி
நாட்டியம் பழகி
யோகா பழகி
கிரிக்கெட் பழகி
ஃபுட் பால் பழகி
பிரெஞ்ச் பழகி...
எல்லாமும் பழகியபின்
குழந்தையாய் இருக்க ப் பழகும்முன்
வளர்ந்துவிடுகிறார்கள்.
குழந்தைமை மட்டும்
இன்னமும் விளையாடிக் கொண்டிருக்கிறது
அந்திசாயும் காலங்களில்

3. ஊழ்

பெய்யெனப்பெய்யும் மழையைக்
கரித்துக் கொட்டும் நகரவாசியின்
நினைவில் வருவதில்லை
பொய்த்த மாரிக்காலங்கள்.
ஸ்விகி டெலிவரி செய்தவனிடம்
பிரைடுரைஸ்
ஆறிப்போனதாய்க் குற்றம்சுமத்தும்
அபார்ட்மெண்ட்காரருக்குத் தெரிவதில்லை
பழையசோற்றுச் சுவை
வெடித்துப்பிளந்திருக்கும் மைதானம்
ஒரு காலத்தில்
ஏரியாய் இருந்ததென
அறியாமல்
செயற்கை நீருற்றுகளைச் சுற்றி
இடிபாடுகளுடன் நடைபயிற்சி செய்யும்
மனிதர்களை அவதானித்தபடி செடிகளுக்கு நீரூற்றும்
புதிய வாட்ச்மேனான
பழைய விவசாயி அறிவான்
குரோட்டன்ஸ்கள் மழை தராதென...
○

4. எட்டாத நாள்

வாரநாட்களின் பாரங்களை
இறக்கிவைக்கும்
எல்லா ஞாயிற்றுக் கிழமைகளும்
ஒரே மாதிரியானவை.
இளையராஜா இசை
சின்னத்திரையில்
பழைய நகைச்சுவைக் காட்சி
ஏதோ ஓர் உறவினரின் தொலையாடல்.
காலையில் சுடச்சுட இட்லி பரிமாறிய அம்மா
பதினொரு மணிக்குத் தாத்தா பாட்டிக்கு ஹார்லிக்ஸ்
தந்து
நெத்திலிமீன்குழம்புக்கு மசாலா அரைக்கிறாள்.
குழம்பு கொதிப்பதற்குள்
வீடு பெருக்கி
பாத்திரம் துலக்கி
துவைத்த துணிகளை உலர்த்துகையில்
கடைத்தெரு சென்று திரும்பிய அப்பா
இரவு உணவுக்கு
நண்பர் வருதாய்ச் சொல்கிறார்.
அடுப்பங்கரையின் அழியாச்சுடர்
அடுத்த பொழுதுக்கும் தயராகிறது
....
ஓய்வறியா அம்மாவின் அசதிகளை
ஒருமுறையாவது இறக்கி வைக்கவேண்டும்
ஓர் எட்டாவது நாளில்!
O

5. பிரியாத வரம் வேண்டும்

தொடங்கிய தினம்
நினைவிலில்லை.
உனக்கும் எனக்குமான உறவு!
என்னை நீ தொடும்பொழுதும்
உன்னை நான் தொடும்போழுதும்
மனத்தின் ஓரங்களை அழகாக்குகிறாய்.
உனக்குள் நானும்
எனக்குள்ளாக நீயும்
அலைந்து கலந்து
உணர்வுகளில் ஊடுருவிய நாளில்
முடியாமலே
பெய்துகொண்டிருக்கிறது
சாளரங்களை
நனைத்தபடிச் சாரல்மழை.
இதமான பானம்
இறுக்கிப் பிடித்த கைகளுக்குள் நீ!
மோகிப்பதை நிறுத்த
மனமில்லை
உனைற
பிரியாத வரம் வேண்டும்
புத்தகமே...

#உலக புத்தக தினம் #

○

6. மற(ர)ந்தவை

நண்பர் வீட்டுப் புதுமனை புகுவிழா
அழகான கைப்பிடியுடன்
கம்பீரமாய் வரவேற்கிறது தேக்குமரக் கதவு
நெளி நெளியாய்
வரி வரியாய்
செதுக்கிய வேலைப்பாடுகளுடன்
நிறைய சன்னல்கள்.
வேங்கை மர வாசத்துடன்
உத்திரத்துப் பிடிமானங்கள்
இலுப்பை மரத்திலும்
வேம்பில் நேர்த்தியாய்த் தூண்களும்
பூவரசு மரத்தில்
தாழ்வாரத்து ஊஞ்சலும்
பெரிய தாழ்ப்பாள் ஆடும் மாமரத்துப் பின்கதவும்
கொண்ட வீடு பிரமாதமாய்...
நெருக்கடியான அடுக்கக நகரவாழ்வில்
இப்படித்தான் வாழ்கிறோம்
இலை உதிர்க்காத மரங்களோடும்
பூக்காத வாழ்வோடும்!
O

7. அன்புசூழ்

ஜனித்தபொழுதில்
யுத்தம் சூழ் உலகாயிருந்தது.
வாழும்பொழுதில்
யுத்தம் சூழ் உலகாயிருக்கிறது.
மரணிக்கும் பொழுதும்
யுத்தம் சூழ் உலகாய் இருக்கக்கூடும்.
அப்போதும்
ஒரு கவிஞன்
அன்பு சூழ் உலகு வேண்டி
கவிதையெழுதிக் கொண்டிருப்பான்
அவனுக்காகவே
உதித்துக் கொண்டிருக்கும்
கடைசியாய் ஒரு சூரியன்!
O

8. மௌனம்

அழகுகளையும் அசிங்கங்களையும்
நிர்வாணங்களையும் ஜோடனைகளையும்
ரௌத்திரங்களையும் சமாதானங்களையும்
சரசங்களையும் புன்னகைகளையும்
கண்ணீரையும் தரிசித்த
நிலைக் கண்ணாடிகளின்
முதல் விரிசலில் உறைந்திருக்கின்றன
மௌனங்களின்
மொழி பெயர்க்க முடியாத இரகசியங்கள்
○

9. மூப்பு

நினைவின் பருவங்களுக்குத்தான்
எத்தனை நிறங்கள்!
பருவங்கள் பூக்கும்பொழுதெல்லாம்
நினைவுகளும் சேரந்தே பூக்கின்றன!
ஒவ்வொரு பூவும்
அதனதன் காம்புகளில்
தேனை மறைத்தபடி
எத்தனை நிறங்களில் பூத்தாலும்
நினைவின் சில துளிகள்
மகிழ்ச்சியின் ரேகைகளைத் தமக்குள் மூடிவைத்துக்
கொண்டு...
வயதின் நிறங்களும்
அப்படித்தான்!
O

10. கையொப்பம்

ஆள் அரவமற்ற
பூங்காவில்
கொட்டிக்கிடக்கிறது
பழுப்பு இலைகளும்
காய்ந்த சருகுகளும்.
இவறுக்கிடையே
பூத்து விழுந்து
மனசை நிறைக்கும்
பூக்களின் பெயர் தெரியவில்லை...
உலகின் மிக அழகான கையொப்பம்
காற்றுக்கு மட்டுமே சாத்தியமாகிறது!
O

11. கொட்டைப் பாக்கு

வெற்றிலையும், புகையிலையும்
வாங்கித் தந்த பேரன்களை
அப்பத்தாக்கள், ஆயாக்கள்
அம்மம்மாக்கள், ஆச்சிகள்
ஆசிர்வதித்தபடியே இருக்கிறார்கள்.
பாக்கு சீவலை குதப்பிக்கொண்டு
அசைபோடுகிறார்கள்
பாட்டன்களிடம், தாத்தன்களிடம்
சொல்லாமல் சுருக்குப் பையில்
மறைத்து வைத்த சிநேகங்களை...
சுண்ணாம்பு தடவாமலே
காலம் சிவந்திருக்கிறது!
O

12. நிலம்

யாருமற்ற நிலம்தான்
வசீகரங்களை வேர்வரை தாங்கி நிற்கிறது!
யாருமற்ற நிலம்தான்
பேராசையின் தடங்களை
மண்ணில் புதைந்துவிடச்செய்கிறது!
யாருமற்ற நிலத்தில்தான்
மழையின் ஒவ்வொரு துளியும்
கற்பைச் சுமந்து வருகின்றன பூமிக்கு!
யாருமற்ற நிலத்தில்தான்
ஏதேனும் சில மறைவுகளின் பின்னால்
மானுடம் ஒளிந்திருக்கக் கூடும்!
யாருமற்ற நிலதுக்குத் தேவைப்படுவதில்லை
சாத்தானோ! தெய்வமோ!!
○

13. பூசை

தலைவர்கள் அஞ்சலிக்காக
வான் நோக்கிs சுட்டவை!
திருந்திய ரவுடிகளை வீழ்த்திய
போலி என்கவுண்டர்கள்
தண்டனைகளுக்காக மைதானம்
சுற்றியலைந்தவை!
குறிதவறிய குண்டுகளுக்காக
வருந்தியவை!
செலவுக் கணக்குகளுக்காக வாங்கி
எக்காலமும் இயக்கப்படாதவை!
சட்டம் ஒழுங்கின் உற்ற தோழனாய்
எத்தனையோ ஊழல்களைக்
கண்டும் காணாமல் ஊமையானவை!
தெய்வம் நின்று கொல்லுமோ
வாய்மை வெல்லுமோ
என்ற சந்தேகங்களோடு
சந்தனம் குங்குமம் பூசி
பளபளப்பாய் ஆயுதபூசை!
கொண்டாட்டத்துக்கு தயராக
நிறுத்தி வைக்கபட்டுள்ள
அரசாங்கத் துப்பாக்கிகளுக்குத்தான்
எத்தனை துருப்பிடித்த ஞாபகங்கள்!
○

14. செவிமடுக்காதவை

புத்தரின் பொன்மொழிகள்
உலக மொழிகளில் மொழிபெயர்க்கப்படுகின்றன.
புத்தரின் கோட்பாடுகள்
உலகின் பலவிடங்களில்
பின்பற்றபடுகின்றன
புத்தரின் சிந்தனைகள்
உலகம் போற்றி மகிழ்கிறது
புத்தரின் வாழ்வியலை.
உலகம் உன்னதமெனக் கொண்டாடுகிறது.
புன்னகைக்கும் புத்தர் சிலைகள்
உலகமெங்கும் விற்பனையாகின்றன.
யசோதராவின் துயரமொழி
ராகுலனின் அழுகுரல்
இதுவரை உலகம் கேட்காதவை!
○

15. ஆற்றாமை

மண்பானை
பித்தளை
தவலை
எவர்சில்வர் குடம்
தண்ணீர்த் தொட்டி
அடி குழாய்
குடிநீர்க் குழாய்
தண்ணீர் லாரி
நெகிழிக் குடம்
நெகிழி போத்தல்
நெகிழி உறை
பெப்சி
கோக்
சாயப்பட்டறை
தோல் தொழிற்சாலை
அணுமின் உற்பத்தி
இப்படித்தான் புரிந்துகொள்ள முடிகிறது நாங்கள்
ஆறுகள் தொலைத்த கதையை...
O

16. தோழி

கடைசிப் புன்னகை
கடைசிப் பெருஞ்சிரிப்பு
கடைசிக் கண்ணீர்
கடைசி முத்தம்
கடைசிக் கைகுலுக்கல்
கடைசித் தழுவல்
கடைசிக் கையசைப்பு
கடைசி கடைசியாய் ஒரு பிரிவு
என்று எல்லாக் கடைசிகளுக்கும்
தொடக்கமாயும்
இறுதியுமாயும்
ஞாபகக் கூடுகளில் இருக்கிறது
கடைசியாக ஒரு தோழியின்
தலைகோதல்!
O

17. புகார்

மழையின் மீது எனக்கு
எந்தப் புகாரும் இல்லை!
பேருந்துப் பயணத்தில்
கைகளை வெளியே நீட்டிப்
பிடித்த மழைத்துளிகள்.
பள்ளிக்கு விடுமுறை வாங்கித் தந்த அடைமழை.
தீபாவளி பட்டாசை நமுத்துபோகச்
செய்த ஐப்பசி மழை.
ஊறவைத்த அரிசி சாப்பிட்டதால்
அக்கா கல்யாணத்தன்று
பெய்த பேய்மழை.
குடையில்லாமல் சென்றநாளில்
அடித்துத் துவைத்த மழை.
வீட்டுக்கூரை வழி பெய்து
பாத்திரங்களில் வழிந்த மழை.
வீடுமுழுக்க வெள்ளம் சூழ்ந்து
வெளியேற விடாத பருவமழை
....
போர் மேகங்கள் சூழ்ந்துள்ள
இந்த நாட்களில்
பதுங்கு குழிகளில் ஒளிந்திருக்கும்
இந்த நிமிடம்
மழையின்மீது எனக்கு
எந்தப் புகாரும் இல்லை!
○

18. தொலை

தொலைந்து போ!
ஏதோ ஓர் இடத்தில்
ஏதோ ஒரு வனத்தில்
ஏதோ ஒரு மலையில்
ஏதோ ஒரு கடற்புறத்தில்
ஏதோ ஒரு நகர்புறத்தில்
ஒரு நொடிப்பொழுதேனும்
தொலைந்து விடு.
பிரபஞ்சத்தில் தொலைந்துபோன
பூமியாய்
புலரியாய்
புல்லாய்த்
தொலைந்துவிடு.
தொலைதல் நிம்மதி
தொலைதல் நிறைவு
தொலைதல் முடிவிலி
தொலைதல் பேரதிசயம்
தொலைந்து தொலைந்து
உயிர்த்து வா
அற்புதமாய்!
O

19. காண்

வண்ணங்களும் தூரிகையும்
அருகருகேயிருந்தன
ஓவியனில்லாமல்.
வார்த்தைகளும் சொற்களும்
அருகருகேயிருந்தன
கவிஞனில்லாமல்.
ஓவியனும் கவிஞனும்
அருகருகேயிருந்த பொழுதில்
சித்திரங்களையும் கவிதைகளையும்
வானமும் இயற்கையும்
எழுதிக்கொண்டிருந்தன!
O

20. பழைமை

அதே பழைய ஊர்
அதே பழைய தெரு
அதே பழைய புழுதி
அதே பழைய வீடு
தாழ்வாரத்தில் அதே பழைய காற்று
அதே பழைய நானாய்
இருக்கவே ஆசை
இந்தப் புதிய நானுக்கு
O

21. போர்

அடங்காத் தாகத்துடன்
அலைந்து திரியும் மதம்
குழந்தைகளின் குருதி குடிக்கிறது.
இன்ன மதம் இன்ன இனம் எனத்தெளியும் முன்னரே
பிஞ்சுக் கடவுள்கள் பிணமாய் ...
செவிகளற்ற குருட்டு ஆயுத வியாபாரி
அதிக லாபம் ஈட்டும் நோக்கில்
அகதிகளை உருவாக்கி அரவணைக்கிறான்.
இன்னுமோர் இனத்தின் வீழ்ச்சிக்கு
மௌன சாட்சிகளாய்
வைரல் வீடியோ
பார்த்தபடி நாம்.
இது சிரியா (சிறிய)
துயரம் மட்டுமல்ல.
#Syrian war#
○

22. தீட்சண்யம்

பெருமரம் ஒன்றை நனைக்கும்வரை
அது மழையாகத்தானிருந்தது.
கிளைதொட்டு
இலைதொட்டு
மலர்தொட்டு
காம்புதொட்டு
கனிதொட்டு
நுனிதொட்டு
பச்சையத்தில் வழிந்தோடி
வேர்தொட்டு
மண்தொட்ட பிறகு
அது நிச்சயம் மழையாய் மட்டும் இல்லை
○

23. விடுதலை

ஒரு சமயம் அவள் புழுவாய் இருந்தாள்!
ஒரு சமயம் வண்ணத்துப்பூச்சியாய் வனமெங்கும்!
ஒரு சமயம் பூக்களோடு பூக்களாய்!
ஒரு சமயம் பல்லியிடம் இரையாய்!
தாமதமாகவே தெரிகிறது
கூடுகள் சுதந்திரமானவையென!
○

க.தூயவன்

24. பால்யம்

விளக்கிலிருந்து வெளிப்பட்ட பூதமாய்
பால்யத்தின் நினைவுகள்.
போதை வஸ்துகள் நிறைந்த காலமது.
பஞ்சுமிட்டாய் மணிச் சத்தம்
பக்கத்து வீட்டுக் கூண்டுக்கிளி
மைனர் பங்களா திருட்டு மாங்காய்
தண்டவாளத்தில் வைத்த பத்து காசு
அறிவியல் புத்தகத்தில் வைத்த
அரச இலை
கனகாம்பரப் பூவின் தேன்
ஓணான் சுருக்கு
காத்தாடி சூத்திரம்
கல்லெறிந்த தேனடை
குளத்திலெறிந்த சிரட்டைக் கல் என
வெகு தொலைவு பயணிக்கிறது...
கைகள் நழுவ விட்ட ஹீலியம் பலூனைப்போலவே
பால்யமும்!

○

25. தேம்ஸ் நதிக்கரையில் தொலைந்தவர்கள்

மருத்துவk கனவுகள்
மென்பொருள் கனவுகள்
ஸ்டெர்லிங் கனவுகள் சுமந்து
பெருவாழ்வு வேண்டி
ஆடம்பரத் தேடல்களில்
கனவு தேசத்தின்
தோற்ற மயக்கப் புழுதிகளில்
புரண்டு எழுந்திருக்கையில் தெரிகிறது
திரும்பிவிட இயலாத தொலைவு
பயணித்திருப்பது;

தேடியதற்காக தொலைத்தவையும்
தொலைத்தவற்றுக்காகத் தேடியதும்
எதிரெதிர் விகிதங்களில்...

தொலைந்த நொடிகளை
தேடி அலைந்து கொண்டிருக்கிறோம்.
எது தொலைவென்று நினைத்தோமோ
அது அருகாமையில்...
எது அருகாமை என்று நினைத்தோமோ
அது வெகு தொலைவில்...
அகத்திலிருந்து புறத்துக்குத்
தொலைவதும் திரும்புவதுமாய்
தேம்ஸ் நதிக்கரையில்
தொலைந்தவர்களின் சுழல் நாட்கள்
○

26. தாமதம்

நான் தாமாதமாய் வரும் மாலைகளில்
கவிதைகளை எழுதுகிறாய்.
உன் கவிதைகளுக்காகவே
நான் தாமதாமாய் வருவது
உனக்குத் தெரியும் நாள் வரை
உனது சொற்பதங்களும்
உனது சிற்பக் கையெழுத்தும்
இந்தக் கடலும் வற்றாமல் இருக்கட்டும்
தாமதங்களில் ரட்சிக்கப்படட்டும் நமது
பிரியங்கள்!
○

27. நிழல்

சில மரங்களுக்கு
இலை அழகு!
சில மரங்களுக்குப் பூ
சில மரங்களுக்குக் காய்
சில மரங்களுக்குக் கனி
சில மரங்களுக்கு வேர்
சில மரங்களுக்கு ரேகை
சில மரங்களுக்கு நிறம்.
மரங்கள் அழகுதாம்
அதைவிடப் பேரழகாய்
அவற்றின் நிழல்!
O

28. இசை பட வாழ்தல்

இசைக்கும்
இசைக்கு
இடையில்
மௌனத்தை இசைத்த
மகா கலைஞன் நீ!
O

29. அகநக நட்பு

நரைகூடிக் கிழப்பருவமெய்தியும்
நரைக்காமல் நினைவிலிருப்பது
நட்பும்... பழைய கடன்களும்!
O

30. சில்க் (அ) பட்டு

அமாவாசைக்கும்
அப்துல்காதர்களுக்கும் எந்தk காலத்திலும்
உறவிருந்ததில்லை.
சலூன்களுக்கும் உன் படங்களுக்கும்
என்றைக்கும் விவரிக்க இயலாத
ஓர் உறவிருந்தது.
○

31. இறகு

உதிர்ந்து கிடந்த பறவையொன்றின் இறகில்
வண்ணங்கள் குழைத்துத் தீட்டிக்கொண்டிருக்கிறாய்
கற்பனை நனைத்து.
முடிந்தபின்னால் தெரிகிறது அது ஒரு சித்திரப்பறவை.
தன்னைத்தானே எழுதிக்கொண்ட
பறவையின் இறகிலிருந்து தெறித்துவிழுகிறது
ஒரு துண்டு வானம்!
○

32. நஞ்சு

எங்களூர் பாம்பாட்டி
மகா கெட்டிக்காரன்
கட்டுவிரியன்
கண்ணாடிவிரியன்
சாரை
ராஜநாகம்
எல்லாமே அவன் சொன்ன சொல் மீறினதில்ல...
அவனுக்கு
எது கடிச்சும் விஷம் ஏறுனதில்ல..
ஒருநாள் செத்துp போனான்
'பசி 'கொத்தி
O

33. அகநக நட்பு

நட்பும் நட்பு சார்ந்த நிலத்தின்
நிரந்தரத் தெய்வம் நீ என்றேன் நண்பனிடம் !
சாராயம் வைத்துப் படையலிடச்
சொல்கிறது தெய்வம்!!
O

34. இனிப்பு

அம்மாக்கள் வீட்டில்
அவசரமாய்ச் செய்திடும்
இனிப்புப் பலகாரங்களில்
காணாமல்போகின்றன
லாலா கடைகளும்
பிரேம விலாஸ்களும்
ஆனந்த பவன்களும்
...
அம்மாக்களே
இனிப்புதானே!!
O

35. நெஞ்சொடு கிளத்தி

உடைந்து விழுந்த
உன் கண்ணாடி வளையல்களில் கோர்க்கப்பட்ட
கலைடாஸ்கோப் அது
ஒவ்வொரு கோணமும்
ஒவ்வொரு அசைவும்
ஒவ்வொரு பரிமாணமும்
ஒளி நிகழ்த்தும் அற்புதமும்
அன்பினாலான
மாயவலையொன்றை நெய்கிறது.
ஒட்டவைக்க இயலாத சில்லுகளில் ஒட்டிவைக்கிறேன்
என் கைகளிலிருந்து நழுவும் வளைக் கரங்களையும்
அதற்குச் சொந்தமான உன்னையும்!
○

36. விருந்துமேசை

கண்கள் கொள்ளாமல்
அகன்று விரிந்து
வான் தொடும் ஆவலில்
கிளைபரப்பிக்
கனிக்கொத்துகளால்
பறவைகளைக் கவர்ந்திழுத்த
மரமாய் இருந்திருக்கக்கூடும்.
பாட்டனின் வயதொத்த ரேகைகளோடு
 பதார்த்தங்களை பழக்கூடைகளைச் சுமப்பதற்காக
வீழ்ந்திருக்கிறது
விருந்துண்ணும்
மேசையாக!
O

37. தூக்கு

இறுதியாய் ஓர் ஆசை
கடைசியாய்ச் சொன்ன ஒரு வார்த்தை
முடிவில் உதிர்த்த ஒரு சொல்
அந்தமாய் ஒரு துடிப்புடன்
விட்டத்தில் ஊசலாடுகிறது
யாரோவின்
தூக்குக் கயிறு...
O

38. இசை பட வாழ்தல்

ஏதோ ஒரு காட்டு மூங்கிலால்தான்
எங்களுக்கான தாலாட்டுப் பாடலை
நீ இசைத்தாய்...
ஆம் ! நீதானே எங்கள் இசைத்தாய்!
○

39. மதப்போராளிகளுக்கு

மனிதப்பூக்களை அறுவடை செய்து
மலட்டு விதைகளைத் தூவிடும் உமது
உறைந்த புலன்களுக்குக் கேட்பதில்லை
நாடற்றவனின் குரல்.
உமது இருட்டு சரித்திரத்தின்
அழுக்குப் பக்கங்கள் 'பிரெய்லி' யில் கூட
அச்சிடத் தகுதியற்றவை.
உமது கறுப்பு முகமூடிகள் விலகும்
சமயத்தில்
புனிதப்போரின் தேர்ச்சக்கரத்தில்
உங்கள் குழந்தைகளின் ரேகைகளும்
இருக்கக்கூடும்.
அன்பு ஒன்றையே ஆயுதமாய் ஏந்தியிருக்கும்
மானுட தர்மத்தின் முன்னர்
தீவிரவாதம்
ஒருநாள் மண்டியிடும்.
O

40. விதிமீறல்

கவனமாய்k கவனித்து
 அவ்வப்போது உரமிட்டு
தினசரி தண்ணீர் ஊற்றி
பிள்ளை போல் பாவித்த
மரத்தைவிட
அணில் ஏறி ஓடியாடிய மரத்தில்
அதிக கொய்யாக்கள்.
இயற்கையின் விதிகள் மீறி
வாசம் வீசுகிறது கொய்யாப்பூ!
O

41. ஈரம்

கனலடிக்கும் வெய்யில்
நவாப்பழம் விற்கும் கிழவி
நெகிழி போத்தல் நீரை
பட்டுப்போகக் காத்திருக்கும்
செடிக்கு ஊற்றித் தாகம் தீர்க்கிறாள்.
முற்றிய விரலில் ஓடும் நரம்புகள்
அச்செடியின் சல்லிவேர்கள் போலவே
பச்சையம் மிச்சமிருக்கும்
இந்தக் கிழவிக்காகவே
மும்மாரி
பொழியட்டும் வானம்
O

42.

வீழ்ந்த மொட்டுகளுக்குள்
மிச்சமிருக்கின்றன
மலரா நினைவுகள்
O

43.

*மலரின் கனவில்
வண்டின் கால்தடம்
மகரந்தச்சுமை*
 ○

க.தூயவன்

44. பாரதி

மொழியைக் கவிதையாய் பேசினாய்...
இல்லை இல்லை வாள் கொண்டு வீசினாய்!!
வெட்டப்பட்ட பிறகும்
சொற்களில் தீந்தேன் வழிந்தோடியதே..
கவிதை பிறக்கும் நாளெல்லாம்
நின் பிறந்தநாளே!!
O

45. வீடுபேறு

அலங்காரமாக
நேர்த்தியாய்
வழவழப்பான
அழகான
சலவைk கற்களால் கட்டப்பட்டிருக்கிறது
வீடில்லாமால் வாழ்ந்து
செத்த கொத்தானாரின்
கல்லறை.
○

46. சைபர் கிரைம்

பள்ளிக்குப் போனான்
பரீட்சை எழுதினான்
சைபர் வாங்கினான்
ஒழுக்கம் தவறினான்
வெளியேற்றபட்டான்
சாராயம் காய்ச்சினான்
சம்பவம் பண்ணினா
சமூகக் காவலனான்
பள்ளி
கல்லூரி
வாங்கினான்
கல்வி வள்ளலானான்.
சைபரில் தான் தொடங்குகிறது
இங்கு எல்லாமே...
O

47. போன்சாய்

போன்சாய்கள் நிழல் தருவதில்லை
போன்சாய்கள் மழை தருவதில்லை
போன்சாய் கிளைகளில் பறவைகளில்லை
அவற்றில் கூடுகளில்லை
ஊஞ்சலாட விழுதுகளில்லை
போன்சாய்கள் போதிமரங்களாவதில்லை!
பிறகெதற்கு போன்சாய்கள்?!
அழிந்து கொண்டிருக்கும் வனக்கூட்டத்தின்
கடைசி வேரின் ரணங்களை முணுமுணுக்கிறது
எனது வரவேற்பறை போன்சாயும்...
O

48. சில்க் (அ)பட்டு

காஞ்சிவரம் புடவைகள் வெட்கின
உனது பெயரால்!
O

49. பள்ளிச்சூடி

ஆத்திச்சூடி

வீட்டுப்பாடம் விரும்பேல்
குறும்பை விலக்கேல்
கமர்கட் கைவிடேல்
பக்கத்துப் பையனை கிள்ளேல்
பிராக்ரஸ் ரிப்போர்ட் ஒளியேல்
பல்பம் தின்னு பழகு
இங்க் பேனா உதறு
பென்சில் கடன் கேள்
ரப்பர் திருடு
கரும்பலகை துடை
கடைசி பெஞ்ச் உடை
மூக்குசளி ஒழுகேல்
மூத்திரம் அடக்கு
விடுமுறை விரும்பு
மழை நீராடு
பம்பரம் பிரியேல்
லீடருக்குத் தொண்டு செய்
டீச்சருக்கு பார்ட்டி வை
சர்பத் மறவேல்!!
○

50. வலி

Starbucks
Costa
Cafe Nero
Coffee House
பெரும் கோப்பைகளில்
நுரை ஓவியங்களுடன்
ருசிக்கப்பட்ட
எல்லாக் குளம்பியிலும்
கழுவப்படாத கறையாய்
குளம்பி இலைபறித்த
கூலிகளின் எழுதிவிடமுடியாத வலி!
O

51. அகநக நட்பு

கல்லூரி முதலாம் ஆண்டின் அனாடமி பாடநேரம்
பெரும்பாலும் வெண்சங்கு நிறப் பூக்கள்
சாளரங்கள் வழியே எட்டி பார்க்கும் வகுப்பறையில்
வானவில் புருவங்களும் அகல் விழிகளுமாய்க்
குறு நாசிக்குக் கீழ்
எலெக்ட்ரிக் புன்னகை அவ்வப்போது சிந்தி
காது வளையங்களில் விழுந்த குழல் ஒதுக்கி
கலர் சாக்பீசைக் கைகளால் உருட்டியபடி
காட்டன் புடவை சகிதமாய்ப் பாடம் நடத்திய
விரிவுரையாளர் சொன்னவை எதுவுமே புரியாமல்
இருந்திருந்தாயானால்
நீயும்.. என் தோழனே !!
○

52. சுமை

எத்தனையோ புயல் மழைக்குப் பிறகு
எத்தனையோமுறை கரை மீறிய பிறகு
எத்தனையோ
வறட்சிக்குப் பிறகு
எத்தனையோ கால்தடங்களுக்குப் பிறகு
ஆறுகளின் மனசுக்குள்
மறைந்திருந்த
கூழாங்கல்லின்
சுமைகள் யாவும் சுகமானதாய்!
○

53. மழைப்பெண்

பெருநகரத்தின் மழைநாள் அது
எல்லா மழைத்துளிகளையுமே உனதாக்கும் பொருட்டு
நனைந்து கொண்டிருக்கிறாய்...
கூந்தல் நெற்றி இமை கண் நாசி இதழ் என நனைத்ததும்
மேகரஞ்சனி ராகம் உயிர்பெறுகிறது.
சட்டெனத் திரும்பி
மழைபிடிக்குமா எனக் கேட்கிறாய்
மழையும் நீயும் வேறுவேறல்ல என்று
நானுணர்ந்த பொழுதில்
மேற்குவானில் மின்னல்கீற்று!!
○

54. சுதந்திரம்

ஏய்! நேரா நில்லுங்க
அங்க என்ன சத்தம்?
ஆடாம நில்லு
சொல்லுறது காதில விழலையா?
ஏன் கொடியை இப்படி குத்தியிருக்க?
எருமை! எருமை!
அங்க என்ன சிரிப்பு?
தலையைப் படிய சீவத் தெரியாதா?
....
சுதந்திர தினம்
இனிதே நடந்தது
எங்கள் பள்ளியில்!
O

55. ??

இரத்தம் ஒரே
நிறம்
சமத்துவம்
பேசுகிறது
சலூன் கத்தி
○

56.

ஆழியின் சீற்றம்
மீனின்
கண்களில்
அம்மா வைத்த
குழம்பு
○

57. அகநக நட்பு

குறிஞ்சிப்பூக்கள்
போலில்லாமல்
எல்லாப் பருவங்களிலும்
எல்லாக் காலநிலையிலும்
பூத்துக் கொண்டே இருப்பதுதானே நட்பூ
○

58. கடல் பார்த்தல்

கடல் பார்க்கs சென்றிருந்தேன்
கோடி கோடி கண்களுடன்
கடல் என்னை பார்த்துக் கொண்டிருந்தது.
கால்களில் ஒட்டிய மணலை அலைகளில் கழுவினேன்.
கரைக்கு வந்த பிறகே கவனித்தேன்...
கால்களில் ஒட்டியிருந்த கடலை!

O

59. நெஞ்சொடு கிளத்தி

அகலமான வீட்டின்
வரவேற்பறைs சுவரை அலங்கரிக்கிறது
எழுதப்படாத உனது ஓவியம்!
அதன் விளிம்புகளில்
தெறித்து வழிந்தோடும் வண்ணங்களைத் துடைக்கிறேன்
ஓவியத்திலிருந்து பேரெழிலாய்
ஒழுகும் உனது நினைவை.
அவை தந்த நிறங்களை
எந்த ஆகாயத்தில் வரைவது!
O

60. மாப்ள பெஞ்ச்

முட்டை என்றவுடன்
கணித ஆசிரியர் ஞாபகமில்லாமல்
சத்துணவும்,
ஆங்கிலம் என்றவுடன்
ஷேக்ஸ்பியர் அல்லாமல்
புரூஸ் லீயும்,
வரலாறு என்றவுடன்
பாரசீகப் படையெடுப்பு மறந்து
பக்கத்துப் பள்ளி அடிதடியும்,
விலங்கியல் என்றவுடன்
தீப்பெட்டியில் மறைத்திருந்த பொன்வண்டும்,
செம்பருத்தி என்றவுடன் ரோஜாவும்,
மூங்கில் என்றவுடன்
புல்லாங்குழல் ஞாபகமில்லாமல்
பி.டி. வாத்தியாரும்
நினைவில் வருமானால்
உரக்கச்சொல் நண்பா
அரசு பள்ளியில் நீ
'மாப்ள பெஞ்ச்' என்று!!
○

61. சல்லாபம்

தலையிலிருந்து
கழுத்திலிருந்து
தோளிலிருந்து
இடுப்பிலிருந்து
கக்கத்திலிருந்து
விடுபட்ட துண்டுகள்
குறியீடுகள் உதறிச்
சல்லாபிக்கின்றன
வெள்ளாவிக் கொதியில்!
O

62. ஆசை

பூத்துக்குலுங்கும்
மரத்தை
நுனிமுதல் அடிவரை
ஆசைதீரப் பார்க்கிறான்
விறகு வெட்டி!
○

63. ஆயில் பெயிண்டிங்

தப்ப இயலாத
மரச் சட்டங்களுக்குள் அடைபட்டிருந்தது
பறவையும் வானமும் ஓவியமாய்
ஆயுள் சிறை!
O

64.

ஆடைகளின்றித்
தளும்பிய உன்னை
ரசித்தபின்
அவசரமாய்
உதடு உறிஞ்சி
ருசித்தபின்
உன் நறுமணத்தில்
திளைத்தபின்
நீ தந்த கடைசிச் சொட்டுச்
சுவையில்
கரையும் இச்சமயம்
இன்பத்தின் உச்சம்
பில்டர் காபி
○

65. வான்தொடுதூரம்

வீட்டு மோட்டுவளையில்
முனகல் சத்தம்.
முட்டைக்குள்ளிருந்து வானத்தை அளந்துவிடும்
சிறகுகளைத் தனக்குள் அடக்கியபடி
குருவிக் குஞ்சு!
O

66. இசை பட வாழ்தல்

நண்பர்களோடு இருக்கிறேன்!
காதலியோடு இருக்கிறேன்!
தனிமையில் இருக்கிறேன்!
சந்தோஷங்களில்
வெறுமைகளில்
எது இருக்கிறதோ இல்லையோ
எப்போதுமே
கூடநீ இருக்கிறாய்...
இசை ராசா!
○

67. நெஞ்சொடு கிளத்தி

சொற்களுக்கு வலிக்காமல்
காதலைச்சொல்லிவிட்டு காத்திருப்பவனுக்கு
மௌனத்தைப் பதிலளிக்கிறாய்
நீ உதிர்க்காத சொற்களின் கனம்
கூட்டிக்கொண்டே இருக்கிறது
காதலின் எடையை...
O

68. அகம்

மெய் என்பது
இதுநாள்வரை வாசிக்கப்படாத புத்தகத்தில்.
காருண்யம் என்பது
இதுநாள்வரை ஏற்றப்படாத அகலில்
தேவமலர்கள் என்பது
இதுநாள்வரை கண்டிராத தோட்டத்தில்.
ஆன்மா என்பது
இதுநாள்வரை சந்திக்காத மனிதரிடத்தில்.
தெய்வம் என்பது
இதுநாள்வரை தரிசித்திராத இடத்தில்
அடையாளங்கள்
களைந்து
ஒப்பனைகள் ஏதுமன்றி
படையல்கள் இல்லாமல்
பசித்த வயிறோடு
சாமன்யர்களோடு
சாமன்யனாய்!
O

69. சில்க் (அ) பட்டு

கண்களுக்குள் என்ன
கந்தகமா வைத்திருந்தாய்
அவை கண்டபொழுதெல்லாம்
வெடித்துச் சிதறினோமே!
O

க.தூயவன்

70. இப்படிக்கு மரம்

கரியமிலம் உண்டு பிராணவாயு பிரசவித்து
மலர் காய் கனியாய் மகரந்தம்தூவி
மழைக்கு நட்பாய்க் குடை விரித்து
வெம்மைக்கு நிழலாய் அரவணைத்து
மரித்த பிறகும் உதவும்
என் சுயசரிதைப் பக்கங்களை
இலைக்கு இலை உதிர்க்கிறேன்...
உதிர்த்த இலை யாவும் என் உதிரமே!
அஃறிணை உணர்ந்ததை
உயர்திணை உணரும் நாளில்
உனக்காக வேரிலிருந்தும் உதிர்ப்பேன்
ஒரு துளி!
○

71. நெஞ்சொடு கிளத்தி

காதலில் இரகசியங்கள்
தேன்கூட்டின் கடைசித்துளி போன்றவை.
அறுகோண வடிவ அடுக்குகள் ஆர்ட்டினாய்த்
தெரிகின்றன
உன் அண்மையில்
பிரியங்களின் பிசுபிசுப்பிலும்
உன் விரல்களிலும்
தேனைப் பறிகொடுத்த பூக்களின் வாசம்.
இரகசியங்களுக்கு மட்டும் ஏன் இத்தனை போதை !!
O

72. கண்ணீர்

மேகம் முட்டும்
அடுக்ககங்களின் ஓரமாய் நீச்சல்குளம்
எந்த ஏரியின் கண்ணீர்?!
O

73. தேநீர்

கேன்டீனில்
உனக்கும் எனக்கும்
தேநீர் சொன்னோம்.
அது வரும் வரை
நீ என்னையும்
நான் உன்னையும்
அருந்திக்கொண்டிருந்தோம்
தேனீக்களாய்!!
O

74. பிரியம்

ஒவ்வொரு பொங்கலுக்கும் வெள்ளையடிக்கையில்
உடைந்த காரைs சுவரில் மீண்டும் மீண்டும்
முளைவிடும்
வேப்பஞ்செடி
துளிர்க்கச் செய்துவிடுகிறது
வாழ்வின் மீதான பிரியங்களை...
○

75. இசை பட வாழ்தல்

எப்படி சாத்தியமாகிறது
உன் ஹார்மோனியத்தால்
....
இப்படி ஒரு தெளியமுடியாத போதை !
O

76. நெஞ்சொடு கிளத்தி

மயில்கழுத்துநிறப் பட்டுச்சேலையை
உடுத்தியிருக்கிறாய்.
மயிலிறகுகள் வசீகரிப்பதில்லை என்றிருந்தவனுக்கு
முதல் முறையாய் ஓர் இறகின் தீண்டல் தந்த தவிப்பு
வனத்துக்குள் அலைகிறது
இன்னமும் பூமியை எட்டாத மழைத்துளியொன்று
தோகையின் நுனிகளை நனைக்கையில்
புனிதமாகிறது இப்பிறவியும்!
O

77. நட்பாய் ஒரு தூறல்

நண்பனைப் பற்றி நினைக்கும்போதெல்லாம்
தூறல் விழுகிறது.
தூறல் விழும்போதெல்லாம் நண்பனின் நினைப்பு.
நட்பின் சில துளிகள் போதும்
இந்த வாழ்வை கடந்துவிட...
O

78. நினைவு

காற்றில் உதிர்ந்த இலை
அலைந்து தேடுகிறது
மரத்துப் போகாத நினைவுகளை.
O

79. சுவை

இனிக்க இனிக்கப் பேசுகிறாள்
மருத்துவமனை வரவேற்பாளினி
சர்க்கரை நோயாளியிடம்!
O

க.தூயவன்

80. நெஞ்சொடு கிளத்தி

சங்க காலத்தில்
புலரியில் பூக்கும் மலராகவோ
அந்தியில் மலரும் ஆம்பலாகவோ
இருந்திருக்கலாம் நீ!
கதிரும் நிலவும்
நீராடிய குளத்தின்
படித்துறையில் அமர்ந்து
நீரள்ளித் தெளித்த அச்சமயம்
மீன்களோடு சேர்ந்து குளத்துக்கும்
காய்ச்சல் வந்ததற்கு சாட்சியாய்
ஆலி உதிர்ந்த அந்நாளில்
சக்கரவாகப்பறவையின் நிழல்!
○

81. அகநக நட்பு

அடைக்க முடியாத டீக்கடை பாக்கி
தேர்வுக்காலங்களில் மட்டுமே பீறிட்ட இறைபக்தி
ஆரோக்கிய வாழ்வுக்காக நாம் அனைவருமே
உபயோகித்த ஒரே லைஃப்பாய் சோப்
ஒரு பக்கக் காதலைப் பக்கம் பக்கமாக க் கவிதைகள்
எழுதி
பிறர் காதலுக்கு
அதை விற்பது
இப்படி என் வரலாற்றை
எழுதும்போதெல்லாம்
நிழலாக கூடவே நீயும் வருகிறாய் நண்பா !!
O

82. அட்சயம்

அட்சயப் பாத்திரத்தில்
நெளிகிறது புழு
ரேசன் அரிசி.
O

83. ரணம்

கலைந்த கருவில்
அழியமறுக்கிறது
சிசுவின் கால்தடம்.
O

84. முடிவிலி

பயணங்களில்தான்
காணாமல் போகிறோம்
பயணங்களில்தான்
புதிதாய்ப் பிறக்கிறோம்.
சில பயணங்கள்
உயிரை உரசியபடி.
சில பயணங்கள்
மனதை அலசியபடி.
வெய்யிலோ
மழையோ
பயணங்களில்
நனைவதே பெரும் சுகம்.
ஒவ்வொரு பயணமும்
புதிய வழிகளைத் திறக்கின்றன..
தடங்களைப் பதிக்கின்ற
ஒவ்வொரு பயணமும்
அடுத்த பயணத்துக்கான
திசைகளைத் தீர்மானிக்கிறது..
தற்சமயப் பயணத்தில் புதிதாய் விழும் விதைதான்
உங்களைப் புதிய பறவையாக்கிச் சிறகசைக்கிறது.
பயணங்கள் அவசரமானவை அல்ல
அவசியமானவை!!
O

85. நனைதல்

நட்பின் ஆழங்கள் சொல்வேன்
நீச்சலடிப்பாய் நீ!
நினைவுகள் தூறல் என்பேன்
கைகளில் ஏந்திக்கொள்வாய் நீ!
கனவுகள் எண்ணங்கள் என்பேன்
அவற்றில் வண்ணங்கள் சேர்ப்பாய் நீ!
கருணை என்பது கிழங்கென்பேன்
அது அன்பின் மசியல் என்பாய் நீ!
கடந்து வந்த தூரங்கள் பேசுவேன்
அதில் மகிழ்ந்த நேரங்கள் கூறுவாய் நீ!
கோடைகளில் குளுமை தேடுவேன்
வசந்ததின் நிழல் காட்டுவாய் நீ!
உறவுகளின் பிணைப்பு சொன்னால்
உணர்வுகளால் இணைத்துவிடுவாய் நீ!
ஆனந்தம் ஒரு பொய்கை என்றால்
முற்றிலுமாய் நனைந்துவிடலாம் என்பாய்
....
நனைந்துகொண்டே இருக்கிறோம்
வெளியேறத்தெரியாமல்!!
○

86. துளி

ஒரு துளி மௌனம்
காதலை உணர்த்திவிடுகிறது.
ஒரு துளி காதல்தான்
இப்போது அடங்கா சமுத்திரமாய்...
O

87. நெஞ்சொடு கிளத்தி

கவிதையிலிருந்து
சொற்களிலிருந்து
எழுத்திலிருந்து
எழுதுகோல் முனையிலிருந்து
விரல்களிலிருந்து
நழுவி வழிந்தவற்றை
உன்னிடம் சேர்ப்பதற்குள்
பால்வெளிப்பாதையில்
துகள் போலாகினேன்...
மூன்றாம்பிறையொன்றைப்
பாதங்களின் பெருவிரலில்
அணிந்திருக்கும் உனது
ஒரு சொல்
ஒரு புன்னகை
ஒரு இமையசைப்பு
ஒளியாண்டுகள் கடந்தும்
உயிர்த்திருக்கும்
நமது வாழ்வியல்
சரித்திரங்களில்!
○

88. சொப்பனம்

வானமே கூரையாய்k கொண்டு
உறங்கும் பிளாட்பாரக் குழந்தைகளுக்கே
நெருக்காமாய் இருக்கிறது
நட்சத்திர சொப்பனங்கள்!
O

89. பிரிவு

நூலறுந்த பட்டம்
காற்றில் தேடி அலைகிறது
தவறவிட்ட சிறுவனின்
விரல்களை...
○

க.தூயவன்

90. சந்தோஷம்

நெரிசல் மிகுந்த கடைவீதியில்
விற்பனையாகாத சோப்பு கரைசலில்
குமிழிகள் ஊதிக்கொண்டிருக்கிறாள்
பார்வையற்ற சிறுமி.
வண்ணங்கள் பூசிப் பறக்கிறது
அவளது மூச்சுக்காற்று.
நொடிப்பொழுதேனும் உடையாமல்
இருக்கட்டும் சில சந்தோஷங்கள்!
○

91. ஷாக்

கரண்டுk கம்பிகளில் அமரும்
குருவிகளுக்கு ஷாக் அடிப்பதில்லை.
கிளைகளையும் மரங்களையும்
இழந்த ஷாக்கில் இருந்தே மீளாத
குருவிகள் அவை!
O

92. இசை பட வாழ்தல்

மயிலிறகுகளில்
நம்பிக்கை இழந்திருந்தபோதுதான்
உன் இசை எங்களுக்குக் கிடைத்தது!
O

93. காதல்

காதல் சிற்பம்
காதலர்கள் சிற்பிகள்!
காதல் கள்
நினைவுகள் போதை!
எப்புறமும்
அன்பு சூழ
காதல் ஒரு தீவு!
O

94. நெஞ்சொடு கிளத்தி

மரத்தின் ரேகைகள் போலவே
எனக்குள் அமிழ்ந்திருக்கின்றன
உனது சௌந்தர்யங்கள்.
அன்பின் அடுக்கடுக்கான வரிகள்
பருவநிலைகள் கடந்து பழகிய தினங்களை
மனத்தின் வேர்களுக்குள் கடத்துகின்றன.
சாகாவரம் பெற்ற ஆறுகள்
நிலத்துக்கடியில் ஓடுவது நமக்கு மட்டும் கேட்கும்
அந்திப்பொழுதொன்றில் உயிர்த்தாவரமாய்
எனக்குள் அசைகிறாய் நீ!!
O

95. சில்க் (அ) பட்டு

உனக்கு ரசிகனாய் இருப்பது
சொல்ல முடியாத அவஸ்தை.
நீ வேண்டுமானால்
அடுத்த பிறவியில்
சில்க்கின் ரசிகனாய் இருந்து பார்.
அப்போது புரியும் அந்த ரகசியம்!!
O

96. தொடரும்

எதையும் எதிர்பாரா நட்பு
எப்போதும் எதிர்பார்ப்பது
நட்பு முடிவிலியாய்dஷ்ற தொடர்வதை!
○

97. தடம்

வலசை போகும்
பறவையின் தடங்கள்
செடிகளாய்
மரங்களாய்
காடுகளாய்
○

க.தூயவன்

98. பரிதிப்பூ

பெரிய செம்பருத்திப்பூவின் சாயலில்
சிறிய செம்பருத்திப்பூ
பெரிதின் நிழல்
சிறிதினை மறைத்தபடி
இரண்டின் சாயைகளும்
தரையில் அலர்வது கண்டு
மலர்ந்து மகிழ்கிறது பரிதிப்பூ!!
o

99. மீட்டப்படாத இசை

என் வாழ்வில் நிகழ மறுக்கும் அற்புதம் நீ
என் வானத்திலிருந்து நீலத்தைப் பிரித்தபின்
மிச்சமிருக்கும் நிறம் நீ
என் கடைசிச் சொட்டுக் கடல் நீ
என் பூமி நனைக்காத மழைத்துளி நீ
பூரணத்துக்கு முந்திய
மூன்றாம் பிறையின் சாயை நீ
என் பெருவனத்தின் அணையாத தீ நீ
என் நினைவுகளின் ஜீவநதி நீ
என்னுள் அசையும் என் பிரிய
ஊஞ்சல் நீ
என் அன்பின் பள்ளதாக்கு நீ
என் நேசங்களின் சமவெளி நீ
என் கனவுகளின் நீர்வீழ்ச்சி நீ
நீ நதி
நான் கூழாங்கல்
நீ சமுத்திரம்
நான் கிளிஞ்சல்
நீ தொன்மம்
நான் ஆதிமொழி
என் ஜீவிதம்
உன் ஜீவனில்.
நளினமாய் நீ முறித்த சோம்பல்தான்
இதுவரை மீட்டப்படாத இசையாய்...
○

100. இறுதியாய் ஒரு கதை

இறுதிமரியாதை செலுத்த வந்த
எல்லோரிடமும் நிறைய இருக்கிறது
இறந்தவரைற் பற்றிச் சொல்வதற்கு
எல்லாக் கதைகளிலும் அவர் நல்லவராய்
அடர்த்தியான அன்புடையவராய்
வறியாதவர்க்கும் ஈதவராய்
மிருதுவான மனமுடையவராய் என்று
இறந்தவரே வியக்கும் வகையில்
சவைக்கப்படுகின்றன கதைகள் பல
டீயோ காபியோ வரும்வரை...
சொல்லிக்கொள்ளாமலே செல்லும்
பலரைப் பற்றிய கதைகள்
சொல்லும் ஆவல்
வாய் கட்டபட்டுள்ள
சவமனிதனுக்கும் இருக்கலாம்.
மயானங்களில் சுழலும் புகை யாவும்
முடிவில்லாத கதைகளாய்..
○

101. ஞாபகம்

ஆற்றின் ஞாபங்களை
அள்ளிச்செல்கிறது
மணல் லாரி
O

க.தூயவன்

102. குழல்

தீயினால் சுட்டபுண்
ஆறாத இசையாய்ப்
புல்லாங்குழல்
O

103. பேராண்மை

மீசையை இழுத்து விளையாடும்
மகள்களிடம் மட்டும் திமிரான ஆண்மை
தோற்றுவிடுகிறது!!
○

104. நெஞ்சொடு கிளத்தி

வண்ணக் கலவைகளுக்குள் தூரிகையின் மயிர்க்கால்கள்
தன்னைத் தொலைத்த மாயநொடியொன்றில்
உயிர்த்தவள் நீ!
மகரந்த நிறத்தில் ஒளிரும் உன்னை
உருவப்படமாய் வரைய எத்தனிக்கையில்
விரல்களெங்கும் பூசிவிடுகிறாய்
காதலின் அடர்நீலத்தை.
நகலெடுக்கவியலாத அதிசயம் நீ!
o

105. இசை பட வாழ்தல்

ரசிகனுக்கு அருகில் இசையையும்
இசைக்கு அருகே ரசிகனையும்
அமர வைத்து அழகுபார்த்தது
நீதானே ராசா!!
O

க.தூயவன்

106. சில்க் (அு) பட்டு

எத்தனை பெரிய ஹீரோக்களையும்
தின்று செரித்த
எங்களூர்k கழுதைகள்
தின்னாமல் ரசித்தது
உன் போஸ்டர்களை மட்டுமே!!
○

107. காதல் பூ

போதிமரக்கிளைகள்
பூக்க ஆரம்பித்தத்தன
காதலர்கள் வந்து அமர்ந்தபிறகு!!
○

க.தூயவன்

108. பிரபஞ்சத்தின் நடுவில்

பிரபஞ்சத்தில் எல்லாமும்
வெடித்துச்சிதறியபின்
காதல் மட்டும் மிச்சமிருக்கும்.
ஆங்கே இப்பிரபஞ்சம்
மீண்டும் துளிர்க்கும்!
○

109. நெஞ்சொடு கிளத்தி

குளிர்நிலவின் பொழிவில் மனம் புதையுற நடக்கிறோம்
செல்லுமிடம் தெரியாமல் பின் தொடரும்
காலடித்தடங்கள் நிரம்புகின்றன
உன் கொலுசு தவற விட்ட இசைக்குறிப்புகளால்...
நிழல்களின் நெருக்கத்தில்
எரிந்து விழுந்த நட்சத்திரங்களை
அணைப்பதா வேண்டாமா எனத்தெரியாமல்
தடுமாறுகிறது உனது மூச்சுகாற்று.
காதலில் கரைவதென்பது
எளிதில்லை பெண்ணே!
○

110. அகநக நட்பு

ஒரே பெஞ்சில் அமர்ந்தோம்
ஒரே அறையில் வசித்தோம்
ஒரே தட்டில் உண்டோம்
ஒரே மதிப்பெண் பெற்றோம்
ஒரே வேலையில் சேர்ந்தோம்
ஒரே கனவு கண்டோம்
ஒரே பெண்ணைக் காதலிக்கும் வரை
உயிரோடு இருந்தது
நட்பு!
O

111. பூ வை

வாடாத பூக்களை
விற்றுமுடிப்பதற்குள்
வாடிவிடுகிறாள்...
பூக்காரி!
○

க.தூயவன்

112. பிஞ்சு

அக்னி வெய்யில்
வெள்ளரி விற்கிறது
பிஞ்சு
○

113. குடி

மது இல்லை
நண்பனில்லை
விடியும்வரை குடிக்கிறேன்
நிலவை...
○

க.தூயவன்

114. சிறை

பூக்களுக்குச் சிறை
அரசாங்க அனுமதியோடு
பூங்கா!
○

115. இசை பட வாழ்தல்

இன்னதென செப்ப
இயலாத மனச்சுமைகளை
இசையால் குணமாக்கும்
வைத்தியன் நீ!
அந்த ஆர்மோனியத்தில்
கருப்பும் வெள்ளையுமாய்
என்ன மாத்திரை தருகிறாயோ !?
O

116. சில்க் (அ) பட்டு

உனது நான்கு
நிமிட ஆடலுக்கும்
பாடலுக்கும்
தண்டனையாய்
முழுப்படத்தையும்
பார்த்துத் தொலைத்தது
ஒரு காலம்!
○

117. கனவு

பறக்கும் கனவு
மெய்பட்டது மண்புழுவுக்கு
குருவியின் அலகில்.!

○

118. கவுச்சி

இரவின் எல்லாத்துளியிலும்
கவுச்சி வாசம்.
கழுவப்படாத
விண்மீன்களோ?!
O

119. தாகம்

தீராத தாகம் தீர்க்கிறது
நதியில் நீந்தும்
நிலா!
O

க.தூயவன்

120. நெஞ்சொடு கிளத்தி

நெடிதுயர்ந்த பெருமரக்கிளையில்
இலைகளினூடே
பூக்களின் மறைவில்
ஒளிந்தாடும் அணில் போல
பேசும் வாக்கியங்களில்
பேரன்பை ஒளித்துவைக்கிறாய்
சிறு கீற்றொளியில் மின்னி மறைந்து
மனதைக் கவ்வி ஊசலாடும்
முதுகுக் கோடுகள் போலவே
இடம் பொருள் மறந்து
தவறி விழும் உன் குறுநகையும்!
○

121. இசை பட வாழ்தல்

நெடுந்தூரப் பயணத்தின்
நிரந்தர வழித்துணை
உன் கீதங்கள்!
இறங்குமிடம்
வந்த பிறகும்
இறங்குவதில்லை
மனத்தில் ஏறிய
உன் ராகங்கள் !
O

122. கருணை

பிச்சைப்பாத்திரம்
நிறைகிறது
மழை!
○

123

இறகை உதிர்த்த
பறவை
தெரியவில்லை.
கைகளால்
உணர்கிறேன்
சில்லிடும்
மேகத்தை.
O

124

நிலாவில்
தண்ணீர்
உண்டா
தெரியாது.
எங்களூர்க்
குளத்தில்
நிலா
இருந்தது
O

125

விரல் பிசித்து
நடந்த
நடைபாதையில்
பூத்திருக்கிறது
நேற்று நீ
சொன்ன
ரகசியம்
O

க.தூயவன்

126

பாரதி
உனக்கு
அவின்
அருந்தும்
பழக்கம்
இருந்ததாமே!
உனது பாடலில்
இல்லாத
உன்மத்தமா
அதில்
கிடைத்தது
○

127. காத்திருப்பு

வெம்மையான நண்பகல் பொழுதுகளில்
குளுமையின் நிழல் பரப்புகிறாய்
சொட்டுச் சொட்டாய்
உன் ஞாபகப் புன்னகையை
எனக்குள்ளாக நிரப்பியபடி!
வடிவங்களற்ற ரோஜா இதழ்கள்
காற்றில் சுகந்தங்களைக்
கசிய விட்டபடியே விழுகின்றன
செல்லமாய் நீ கோபித்த நிமிடங்களை
நினைவுபடுத்தியபடி
காத்திருக்கும்
கணங்களில் நீண்டுகொண்டே இருப்பது
காதல் மட்டுமல்ல
அந்த வானமும் !
◯

128. இசை பட வாழ்தல்

ஆயிரம் தாமரை
மொட்டுகளுக்குப் பிறகு
பூத்த எல்லாப் பூக்களிலும்
உன் தேனிசை!
◯

129. நெஞ்சொடு கிளத்தி

மங்கிய
மெர்க்குரி நிறத்துப்
பொழுதொன்றில்
தூவானம்
குடையென விரிந்த வாகை மரத்தின் கீழ்
நின்றிருந்தாய்.
கவனிப்பாரற்று வளர்ந்திருந்த கிளைகள்
நீ நின்ற பிறகே கவனம் பெறுகின்றன!
மேகம் போல அவ்விடம் விட்டு நகர்கிறாய்...
இலையிலிருந்து வேரில் விழுந்த பிரியங்களின் தூறல்
இப்போது
எனக்குள்ளும்!
அண்டவெளியின் சதுர நீளத்தை
கடல் தெளிக்கும் காற்றின் கடைசிப்புள்ளியை
பெருவனங்களில் முளைத்திடும் புதுக்கிளையை
மலைகளின் முதுகை திசைகளின் வேரை
காணும்வரை சிறகசைப்பேன்...
நீ மட்டும்
என் ஆகாயமெனில்!!
○

130. மறு இணக்கம் (Reunion)

விரும்பிய திசைகளில்
பறந்துசென்றப் பறவைகள்
மீண்டும் கூட்டுக்குத் திரும்பிய
நாள் அது!

பழைய பரிமாணம் இழந்து
புதிய பரிணாமங்களில்
சங்கமித்தோம்!
எடை கூடியிருந்த பலருக்கு
நரை கூடியிருந்தது.
நரை குறைவாயிருந்த சிலரில்
சிகையிழந்து சொட்டையாய்
கன்னத்தில் குழிவிழ சிரிக்கும்
அவனுக்குக் குழிவிழுந்த கண்கள்.
விளையாடக்கூட வீடுதாண்டாத தோழன்
வெளிநாட்டிலிருந்து வந்திருந்தான்.
எப்போதும் டிபன்பாக்ஸை மற்றவரோடு
பகிரும் தாய்ப்பறவை போன்ற தோழி
தமிழில் சாப்பிட்டு ஆங்கிலத்தில்
கைகழுவிய கேண்டீன்
வகுப்பறையை விட அதிகம் விரும்பிய
பேருந்து நிறுத்தம்
கருப்பு வெள்ளை நாட்களில் கலர் கலராய்
சந்தோஷங்கள் தந்த விடுதியறை

அங்குத் திருட்டுத்தனமாய்
உணவு சமைத்தது
அதைவிட அதிகமாய் கனவு சமைத்தது
அரியர்ஸ் வைக்காதவன் அரைமனிதன்
காதல் இல்லாதவன் கால்மனிதன்
என்ற உலக தத்துவங்கள் பேசிய நூலகம்
பிரிய விடை கொடுத்துப் பிரிந்துசென்ற
கல்லூரியின் இறுதிநாள் என
உதிர்ந்த பூக்களில்
உதிராமல் இருக்கும் வாசனையாய்
அந்த மறு இணக்கநாள்.

பயணங்கள் முன்னோக்கிச்
செல்வது சிறப்பு.
ஞாபகங்கள் பின்னோக்கிச்
செல்வது அதனினும் சிறப்பு
பட்டுப்போகமல் இருக்கட்டும்
அந்தக் காந்தள் தினங்கள்!!
O